Hundreds upon hundreds of years ago, in a place called Flower Fruit Mountain, there was a remarkable little kingdom of monkeys. And by far the most remarkable thing about this kingdom was its king, who was known simply as Monkey King...

Vào thuở xa xưa, tại một nơi tên gọi là Núi Hoa Quả, có một vương quốc nhỏ bé rất đặc biệt dành riêng cho loài khỉ. Đáng chú ý nhất là ông vua trị vì vương quốc ấy, được người ta gọi một cách đơn giản là Hầu Vương...

1

To the two loveliest boys
in the world, Melvin and
Darren, and the culture
that has nurtured me.
— D. C.

In memory of Shuching,
my beloved wife.
— W. M.

English text copyright © 2001, Debby Chen
Illustrations copyright © 2001, Wenhai Ma
Vietnamese translation by Nguyen Ngoc Ngan,
copyright © 2001, Pan Asian Publications
English editing: Frank Araujo and William Mersereau

Published in the United States of America by
Pan Asian Publications (USA) Inc.
29564 Union City Boulevard, Union City, CA 94587
Tel. (510) 475-1185   Fax (510) 475-1489

Published in Canada by
Pan Asian Publications Inc.
110 Silver Star Boulevard, Unit 109
Scarborough, Ontario M1V-5A2

ISBN 1-57227-071-3
Library of Congress Catalog Card Number: 00-107318

Cover design: Yudi Sewraj
Editorial and production assistance: Art & Publishing Consultants

Printed in Hong Kong by the South China Printing Co. (1988) Ltd.

MONKEY KING
wreaks havoc in
HEAVEN

Vua Khỉ Đại Náo Thiên Đình

Retold by Debby Chen • Illustrated by Wenhai Ma
Vietnamese translation by Nguyễn Ngọc Ngạn

English / Vietnamese

Pan Asian Publications

Monkey King had been born from a magic stone and had learned many powerful, mystical arts. His little monkey subjects loved him dearly – especially after he rescued them from some demons! He now decided that they had to learn to defend themselves. He trained a few thousand of them, and soon he had a very strong little army.

Monkey King was proud of his warriors, but something was still missing. "I need a royal weapon!" he declared. "It must show everyone what a great king I am!" An old monkey came forward and said that the Dragon King had a strange and powerful iron wand. Monkey King was delighted – he had always wanted to visit the old dragon's undersea palace.

Hầu Vương vốn thoát thai từ một tảng đá linh thiêng và từng học hỏi được nhiều pháp thuật cao siêu, bí ẩn. Thần dân trong tiểu quốc hết lòng yêu mến Hầu Vương, nhất là sau khi Ông cứu chúng thoát khỏi tay bọn ma vương. Sau trận chiến ấy, Hầu Vương quyết định bầy khỉ dưới quyền Ông phải tự học hỏi để bảo vệ chính mình. Ông lựa vài ngàn con đem ra huấn luyện và chẳng bao lâu, Hầu Vương có được một đạo binh dũng mãnh.

Tuy tự hào về các chiến sĩ của mình, nhưng Hầu Vương vẫn thấy thiếu một cái gì. Ông tuyên bố: "Ta cần một thứ vũ khí vương triều để mọi người thấy rõ ta là một vì vua vĩ đại!"

Một lão khỉ già liền tiến ra và tâu rằng: "Long Vương dưới thủy cung có cây gậy thần bằng thép, sức mạnh vô song". Hầu Vương nghe nói hài lòng lắm. Ông vẫn có ý định xuống thăm Long Vương từ lâu.

Monkey King said some magic words and flew on a cloud to the sea. He skimmed across the waves and then plunged down, down to the Dragon King's palace. He marched up to the old king, saying, "I'm Monkey King. I've heard you have a powerful wand. Bring it to me!"

The Dragon King's eyes narrowed. "I've no such thing!" he hissed. Monkey King sneered, "Don't try to hide anything from me!" He pulled on the old dragon's whiskers. Wise Dragon King sensed right away that he could not match Monkey King's power in a battle, so he did not argue further. He swallowed hard and said, "All right, follow me...but I'm sure even *you* can't lift it!"

Hầu Vương liền đọc vài câu thần chú rồi cưỡi mây bay ra biển. Ông lướt sóng
rồi lao xuống thủy cung của Long Vương. Ông nghênh ngang tiến thẳng đến
trước Long Vương đã trọng tuổi và nói: "Ta là Hầu Vương. Ta nghe nói người
có một cây gậy thần. Hãy mang ra đây cho ta!"

Long Vương nheo mắt đáp: "Ta làm gì có thứ đó!" Hầu Vương bất bình
gằn giọng: "Người đừng giấu ta!" Vừa nói, Hầu Vương vừa giật nắm tóc mai
của Long Vương. Long Vương khôn ngoan biết mình không phải là đối thủ của
Hầu Vương nếu đụng trận, cho nên ông không tranh cãi nữa. Ông nuốt giận
đáp: "Thôi được rồi! Theo ta vào đây! Nhưng ta dám chắc là người không
nhấc nổi cây gậy thần đó đâu!"

He led Monkey King into a dark forest of seaweed. There they found a glowing metal pillar. "This has been here for over a million years. Some say the gods used it when they built the starry night sky. It's fantastically heavy – no one has ever been able to lift it."

"Let *me* see about that!" Monkey exclaimed. He grabbed the rod and began pulling and twisting it. The ground crackled, sparks flew, and the ancient iron slipped free. On it was written,

Ruyi the golden rod which weighs 36,000 kilos

Monkey King frowned, "What does Ruyi mean?" Dragon King explained that Ruyi is the staff that grows or shrinks as its master wishes. "Hooray!" cried Monkey King, "Now I can lead the Monkey Army!"

Long Vương đưa Hầu Vương vào một khu rừng rong biển tăm tối. Ở đó họ thấy một cây cột bằng kim loại lấp lánh sáng. Long Vương nói: "Cây gậy này đã nằm ở đây hơn một triệu năm. Có người bảo rằng, xưa kia các bậc thần linh đã dùng cây gậy này khi tạo nên bầu trời đầy sao. Nó nặng vô cùng, chưa từng có ai nâng lên nổi".

Hầu Vương nói: "Để đó cho ta!" Rồi Hầu Vương nắm cây gậy, vừa kéo vừa xoay. Lập tức đất nứt ra, những tia lửa lóe lên và cây gậy sắt lâu đời ấy bung lên. Trên cây gậy có ghi hàng chữ:

Ruyi, cây gậy vàng nặng 36,000 kilo

Hầu Vương nhíu mày hỏi: "Ruyi nghĩa là gì?" Long Vương giải thích rằng Ruyi là cây gậy có thể co giãn lớn nhỏ tùy theo ý muốn của chủ nhân. Hầu Vương kêu lên: "Tốt lắm! Từ nay ta có thể chỉ huy đạo binh khỉ của ta!"

Dragon King was relieved to see Monkey King preparing to leave. But before going, the naughty monkey helped himself to some of the Dragon's finest clothes – including a red-gold cap made of phoenix feathers.

Then, with a quick back flip, Monkey soared home. His little monkey soldiers stared in awe as their king showed them the glowing metal rod. "Shrink!" he shouted. Ruyi shrank to the size of a toothpick. Then he shouted, "Now, GROW!" Ruyi grew and grew. The ground shook as Monkey grew with it and his laughter rang through the valleys. "Now we are invincible!" he roared.

Long Vương mừng rỡ thấy Hầu Vương sắp giã từ. Nhưng trước khi chia tay, Vua Khỉ tinh quái đã tịch thu của Long Vương vài thứ trang phục quý giá nhất, trong đó có cái nón vàng kết bằng lông chim phượng hoàng.

Rồi trong nháy mắt, Hầu Vương nhảy lùi và bay về. Đạo quân của Hầu Vương kinh ngạc thấy Vua Khỉ xuất hiện với cây gậy bằng kim khí sáng lấp lánh. Hầu Vương hét lớn: "Nhỏ lại!" Tức thì cây gậy Ruyi thu nhỏ lại chỉ bằng cây tăm. Rồi Hầu Vương lại hô: "Lớn lên!" Cây Ruyi cứ thế mà to dần. Mặt đất rung chuyển theo sức lớn mạnh của Hầu Vương cùng với cây gậy và tiếng cười sảng khoái của Vua Khỉ vang dội khắp thung lũng. Vua Khỉ nói lớn: "Từ đây chúng ta sẽ là đạo quân vô địch!"

Meanwhile, far above in the Heavenly Palace, the Dragon King had made a formal complaint about Monkey King before the Jade Emperor. The ruler of Heaven thought of a plan to teach Monkey King some manners. He sent a messenger down to Earth to invite the monkey to Heaven. "How wonderful!" cried Monkey King. "I've always wanted to see whether Heaven is as great as they say!" And before long, Monkey King was strolling through the inner court of the Heavenly Palace. He waved to the Jade Emperor on his throne. "Hello there! What can I do for you?" he asked casually.

Trong lúc đó, trên thiên đình, Long Vương vừa đưa đơn khiếu nại Hầu Vương trước
ngai Ngọc Hoàng Thượng Đế. Chúa tể thiên đình liền nghĩ kế dạy cho Hầu Vương
biết cách xử sự. Ngài sai sứ thần xuống trần gian mời Hầu Vương lên. Hầu Vương
nói: "Tốt! Ta sẽ lên gặp Ngọc Hoàng. Từ lâu ta vẫn muốn biết thiên cung có thực
sự vĩ đại như người ta đồn hay không?" Và chẳng bao lâu, Hầu Vương đã có mặt
trong nội điện thiên cung. Hầu Vương vẫy chào Ngọc Hoàng đang ngồi trên ngai và
ngạo mạn hỏi: "Chào Ngọc Hoàng! Ngọc Hoàng gọi tôi có việc gì vậy?"

The Jade Emperor frowned, but then he smiled. "Monkey King of Flower Fruit Mountain," he said in a deep voice, "I appoint you my new Master of the Imperial Stables. You shall tend to the celestial horses." Now Monkey knew that very few people from Earth are ever promoted to a post in Heaven, so he felt very proud of himself.

Monkey worked hard at his new job, and the horses seemed to like him as their caretaker. But one day he heard two guards laughing at him. "What are you laughing at?" Monkey King demanded.

"On Earth, you bragged of your greatness," the guard snickered, "but here in Heaven, you clean dung from our stables! Ha! Ha!" Monkey King's eyes blazed, as he sensed the truth of the words. "Nobody makes a fool of me!" he said to himself. "I'll get that crafty Jade Emperor!" He threw open the stables and chased away the horses. And then with a double flip, he flew home. He ordered his monkeys to raise a banner on the top of Flower Fruit Mountain that read:

Monkey King the Sage Is Equal to Any in Heaven!

Ngọc Hoàng nhíu mày bực bội, nhưng vội nở nụ cười và trầm giọng nói: "Hầu Vương Núi Hoa Quả! Ta gọi ngươi lên để bổ nhiệm ngươi chức Tổng Quản Lý chuồng ngựa trong hoàng cung. Từ nay nhiệm vụ của ngươi là chăm sóc đàn ngựa cho vương triều của ta". Vua Khỉ mừng rỡ và hãnh diện lắm vì biết rằng ít có ai dưới trần gian mà được bổ nhiệm chức vụ trên thiên đình.

Từ đó, Hầu Vương sốt sắng lo toan công việc và đàn ngựa xem chừng cũng rất quý mến Hầu Vương. Cho đến một hôm, Hầu Vương nghe được hai tên lính gác cười chế nhạo mình. Hầu Vương mới hỏi: "Chúng mày cười cái gì?"

Một người lính đáp: "Dưới thế gian, Ông từng tự phụ là người vĩ đại. Nhưng lên đây ông chỉ là đứa hốt phân! Ha! Ha!" Hầu Vương mở to đôi mắt vì chợt nhìn ra sự thật. Ông tự nhủ: "Không ai có quyền đem ta ra làm trò cười. Ngọc Hoàng sẽ biết tay ta!" Lập tức, Hầu Vương mở toang cửa chuồng, xua ngựa chạy đi hết. Rồi Hầu Vương cấp tốc bay về nước. Ông ra lệnh cho quân lính căng một tấm biểu ngữ trên đỉnh Núi Hoa Quả viết rằng:

Hầu Vương vĩ đại, đứng ngang hàng với bất cứ ai trên Thiên Đình!

The Jade Emperor was genuinely angry with Monkey King–first for turning his horses loose, and now for daring to declare himself equal to any immortal in Heaven. The Emperor sent his best warrior, the three-headed Prince Nazha, to defeat Monkey King.

Monkey King stood his ground and fought Prince Nazha brilliantly for two days and nights. Finally he split himself into two. One monkey fought Nazha face to face while the other jumped on him from behind.

Ngọc Hoàng thật sự nổi giận, trước hết là vì Vua Khỉ dám thả hết ngựa của Ngọc Hoàng, sau nữa là Vua Khỉ dám tự cho mình ngang hàng với bất cứ ai trên thiên đình. Ngọc Hoàng liền sai vị chiến tướng lỗi lạc nhất của mình là thái tử Nazha ba đầu, xuống trừng trị Vua Khỉ.

Vua Khỉ hiên ngang đánh trả thái tử Nazha suốt hai ngày đêm. Sau cùng, Vua Khỉ tự biến mình làm hai con khỉ: một con tấn công thái tử phía trước, một con nhảy lên sau lưng.

Prince Nazha then took a blow from
Ruyi that could have flattened a
mountain. More ashamed than hurt,
Nazha fled back to Heaven.

Thái tử Nazha bị phang một gậy Ruyi
nặng như trời giáng, tưởng có thể san
bằng ngọn núi. Tuy không đau lắm,
nhưng thái tử thấy xấu hổ phải bỏ về
thiên đình.

Jade Emperor was hopping with anger when he learned of Prince Nazha's defeat. "That monkey must be destroyed! Call up my Heavenly Army!" But his trusted advisor, White-Gold Star, was worried. "Your Majesty, it would look bad if more of our fine warriors were humiliated by an earthly monkey. The best battles are those we don't fight. Let me talk to him. I'll make him the Guardian of the Sacred Orchards. It's an important but boring job, so it will teach him patience and responsibility."

Calming himself, the Jade Emperor agreed to his advisor's plan. Sure enough, with some flattering words and promises of treats and comforts, Monkey King happily accepted the job in the fragrant celestial orchard.

Now, in one part of the orchard there grew sacred peach trees whose juicy fruit ripened only once every thousand years. Whoever ate one of these peaches became immortal. Monkey King soon found some ripe peaches and, of course, he ate each and every one. With a full tummy, he then shrank to the size of a worm and took a nap on a leafy branch. Before long, seven fairy maids appeared.

Ngọc Hoàng Thượng Đế nhảy dựng lên vì uất hận khi hay tin thái tử Nazha bị Vua Khỉ đánh bại. Ngài phán: "Phải tiêu diệt thằng khỉ đó! Tập họp ngay quân đội thiên triều lại cho ta!" Nhưng vị quân sư tín cẩn của Ngọc Hoàng là Bạch Kim Tú ưu tư nói: "Muôn tâu Ngọc Hoàng! Nếu chẳng may đạo quân tinh nhuệ của ta mà lại bị thảm bại vì một con khỉ dưới trần thế thì mối nhục nói sao cho hết! Thần trộm nghĩ, trận chiến tốt nhất là trận chiến mà chúng ta không tham dự. Ngọc Hoàng hãy để thần nói chuyện với hắn. Thần sẽ giao cho hắn chức Quản Đốc Vườn Ngự Uyển. Chức ấy tuy lớn, nhưng kỳ thực chỉ là ngồi chơi xơi nước để dạy cho hắn bài học kiên nhẫn và trách nhiệm."

Ngọc Hoàng nguôi giận, đồng ý với kế hoạch của quân sư. Quả nhiên, Hầu Vương được vuốt ve và hứa hẹn, hân hoan nhận lãnh chức vụ mới trong khu vườn ngát hương của thiên triều.

Ở một góc vườn, có những cây đào nhiệm mầu, vài ngàn năm trái mới chín một lần. Bất cứ ai ăn được quả đào ấy sẽ trở thành bất tử. Chẳng bao lâu Vua Khỉ vớ được mấy trái đào chín và dĩ nhiên ăn hết sạch. No bụng rồi, Vua Khỉ thu mình lại nhỏ như con sâu, nằm ngủ yên trên nhánh cây rậm rạp. Ngay sau đó, có bảy nàng tiên xuất hiện.

The maidens had been sent to pick the ripe peaches, but, seeing only green fruit, they burst into tears. Monkey King awoke with a start, shouting, "Hey! Who's crying?"

"Orchard Guardian, help us!" cried the eldest maiden. "Someone has taken the ripe peaches we were supposed to pick for Her Majesty's birthday party!" Monkey King jumped up. "A birthday party? Now why wasn't I invited?" The fairies then saw peach pits scattered nearby. But before they could cry out, Monkey King made a magic sign and the maids froze like statues of marble. "Now, let's find that party!" he said, setting off for the Heavenly Palace.

In the palace cookhouse, Monkey King smelled delicious buns baking. These special buns had magic spices that made whoever ate them impervious to both fire and pain. Monkey King plucked hairs from his head and changed them into mosquitoes that bit the bakers and made them fall asleep on the spot. The monkey gobbled up all the magic buns.

Đám tiên nữ này được sai đến để hái đào chín, nhưng chỉ thấy toàn quả xanh, họ bật khóc. Hầu Vương giật mình thức giấc hỏi: "Ai khóc đấy?"

Nàng tiên lớn nhất trả lời: "Ngài Quản Đốc Vườn Ngự Uyển ơi, cứu chúng em với! Chúng em đến hái đào chín dâng Hoàng Hậu nhân buổi tiệc sinh nhật của Hoàng Hậu, nhưng có kẻ nào đã hái mất rồi!" Vua Khỉ nhảy dựng lên nói: "Tiệc sinh nhật hả? Tại sao ta không được mời?" Đám tiên nữ chợt nhìn thấy hột đào vung vãi dưới gốc cây nơi Vua Khỉ vừa nằm ngủ. Đám tiên nữ chưa kịp kêu la thì Vua Khỉ đã vung tay làm phép và cả đám tiên nữ biến thành tượng đá. "Nào! Bây giờ ta đi tìm xem Ngọc Hoàng đãi tiệc ở đâu!" Vừa nói Vua Khỉ vừa cất bước về phía hoàng cung.

Trong dãy nhà bếp cung đình, Hầu Vương ngửi thấy mùi bánh nướng thơm phức. Đây là loại bánh trộn gia vị đặc biệt mà bất cứ ai ăn vào sẽ không còn biết đau cũng không sợ lửa đốt cháy. Vua Khỉ giật nắm lông trên đầu và biến chúng thành đàn muỗi, xông vào đốt những người làm bánh khiến họ lăn ra ngủ ngay tại chỗ. Rồi Vua Khỉ xơi hết đống bánh quý giá đó.

Inside the palace, Monkey King found jugs of the Emperor's favorite drink —
a potion made of rubies and jade that gave endless youth. Monkey King drank
deeply, emptying several jugs. But White-Gold Star soon found the empty jugs
and sounded the alarm. "Someone has raided the Emperor's potion!" His cries
awoke the bakers, who shouted, "Someone has eaten the Magic Sweet Buns!"
Their cries awoke the fairy maids. "Help! Help! The Sacred Peaches have been
stolen!" The Heavenly Palace was now in a terrible panic. Monkey King, with
his belly full of heavenly food and drink, stole away on a cloud back to Flower
Fruit Mountain.

  Later, it was White-Gold Star's turn to be boiling angry. "Your Majesty!
That horrid ape ruined the Empress' party. He ate the sacred peaches, stuffed
himself with magic buns, and drank many jugs of your favorite potion!"
Jade Emperor shook his head in disbelief, then said, "I have instructed Erlang,
my finest general, to lead the Heavenly Army against Monkey King."

Trong cung điện, Vua Khỉ khám phá ra những bình rượu quý của Ngọc Hoàng, loại dược tửu chế bằng hồng ngọc và ngọc bích giúp người uống trẻ mãi không già. Vua Khỉ tu ừng ực, uống cạn vài bình. Nhưng Bạch Kim Tú sớm phát giác ra mấy cái bình không và vội vàng báo động. "Có kẻ gian đã lấy trộm rượu của Ngọc Hoàng!" Tiếng kêu của ông đánh thức đám nhà bếp và đám này cũng kêu to lên: "Có kẻ gian đã ăn hết bánh của Ngọc Hoàng". Tiếng kêu của đám nhà bếp đánh thức các cô tiên nữ và các cô đồng thanh kêu lên: "Đào tiên của Ngọc Hoàng cũng bị hái trộm mất rồi!" Cung đình bỗng lâm vào cảnh hỗn loạn khủng khiếp. Vua Khỉ lúc ấy đã no nê thức ăn và thức uống của thiên triều, liền kiếm đường chuồn, cưỡi mây trở về Núi Hoa Quả.

Quân sư Bạch Kim Tú đùng đùng nổi giận. Ông tâu Ngọc Hoàng: "Bẩm Ngọc Hoàng! Con khỉ láo lếu đó đã làm hỏng bữa tiệc sinh nhật của Hoàng Hậu rồi! Nó dám ăn hết đào tiên, dám ăn luôn bánh của Ngọc Hoàng đồng thời nốc cạn mấy bầu dược tửu của Ngọc Hoàng!" Ngọc Hoàng lắc đầu tỏ vẻ không tin rồi phán: "Ta vừa truyền lệnh cho Ái-Lăng, vị tướng giỏi nhất của ta, chỉ huy đạo binh Thiên quốc chống lại Vua Khỉ".

General Erlang flew down on his giant eagle to Flower Fruit Mountain as the Heavenly Army fought the Monkey Army. Erlang challenged Monkey King to single combat. Armed with Ruyi, Monkey King clashed with Erlang. The mountains, the seas, even the sun, moon, and stars all shook with each dreadful blow. Erlang was the most powerful opponent Monkey King had ever faced. The Monkey Army soon retreated to Water Curtain Cave, their hideout behind a waterfall. "Surrender now!" Erlang commanded Monkey King. "The Sage Equal to Any in Heaven fears no one!" Monkey King shouted back defiantly.

Tướng Ái-Lăng liền cưỡi chim đại bàng khổng lồ bay xuống Núi Hoa Quả trong khi đạo binh thiên triều ác chiến với đạo binh Hầu Vương. Tướng Ái-Lăng thách đấu tay đôi với Hầu Vương. Có vũ khí lợi hại là cây gậy Ruyi trong tay, Hầu Vương hỗn chiến với tướng Ái-Lăng. Núi non, biển cả, mặt trời, mặt trăng và muôn vàn tinh tú đều rung chuyển theo mỗi cú đánh thập tử nhất sinh của Hầu Vương. Ái-Lăng là đối thủ dũng mãnh nhất mà Hầu Vương chưa từng gặp phải. Vua Khỉ phải rút lui, ẩn mình sau bức màn nước Thủy Động. Tướng Ái-Lăng ra lệnh: "Đầu hàng mau!" Nhưng Hầu Vương bướng bỉnh đáp lại: "Ta vĩ đại ngang hàng với bất cứ ai trên thiên đình, ta không sợ một ai cả!"

The monkey then changed into a sparrow and darted away from Erlang. But the great warrior became a hawk and chased after him swiftly. Monkey plunged into the river, becoming a fish, but Erlang turned into a heron and snatched him up in his long beak.

Nói xong, Vua Khỉ biến hình thành con chim sẻ và bay vụt đi. Nhưng vị chiến tướng oai hùng này cũng lập tức biến thành con diều hâu rượt theo. Vua Khỉ lao xuống nước, biến thành con cá, nhưng Ái-Lăng biến thành chim diệc, dùng mỏ nhọn lôi cá lên.

Monkey King then became a cobra snake and whipped Erlang with his tail before disappearing into the grass. The general regained his true form and stunned the cobra with a stone shot from his sling.

Now, for the very first time, Monkey King was injured and could fight no more. He crawled up into the mountains and quickly changed into a pagoda; his body became the walls, his mouth the door, his eyes the windows...and his tail stuck up like a flagpole. When Erlang found the strange building, he wasn't fooled by Monkey King. "Hah! A pagoda never has a flagpole!" He kicked in the door and smashed the windows with his sword, rattling Monkey King's head.

Vua Khỉ biến hình thành con rắn hổ mang, vẫy đuôi phì hơi rồi chui vào bụi cỏ. Tướng Ái-Lăng trở lại với hình hài thực sự của mình, dùng ná bắn ra một viên đạn trúng con rắn.

Lần đầu tiên Vua Khỉ bị thương và không chiến đấu được nữa. Nó bò lên đỉnh núi và nhanh chóng biến hình thành một ngôi chùa. Thân mình biến thành tường, miệng biến thành cửa, mắt biến thành cửa sổ ... và đuôi dựng đứng lên làm cột cờ. Nhưng Vua Khỉ vẫn không đánh lừa được tướng Ái-Lăng. Ông nói: "Chùa làm gì có cột cờ!" Rồi ông đập cửa, rút gươm chém vào các cửa sổ và gõ trên đầu Vua Khỉ.

Taking his true shape again, Monkey King was now caught. Luckily the magic buns he had eaten made him feel no pain and the Emperor's potion quickly healed his wounds. General Erlang tied Monkey up in a rope of heavenly silk and hauled him before the Jade Emperor. The Emperor's eyes smoldered. "You have had two chances to prove yourself, but you were too wild, mischievous, and selfish. Now, I'll cook the magic out of you in my white-hot cauldron!"

Hầu Vương biến hình trở lại thành khỉ và bị bắt. May cho Vua Khỉ là nhờ ăn bánh thần, nó không biết đau và nhờ uống linh tửu của Ngọc Hoàng, nên các vết thương lành lại rất mau. Tướng Ái-Lăng dùng giải lụa thần trói Vua Khỉ lại và lôi đến trước Ngọc Hoàng. Ngọc Hoàng trừng mắt nói: "Ta đã cho ngươi hai cơ hội để tỉnh ngộ, nhưng ngươi quá hoang tàng, phá hoại và ích kỷ. Giờ ta quăng ngươi vào vạc, nấu ngươi trên lò lửa, để thu lại hết pháp thuật của ngươi!"

Monkey King just chattered and giggled as he was stuffed into the cauldron that was like a blasting furnace. After forty-nine days, the Jade Emperor finally opened the huge pot, expecting to see only ashes. But there was Monkey King, still jabbering away, still alive thanks to the sacred peaches, the potion, and magic buns. Only his eyes were stinging and red from the smoke, and this sent him jumping about in a rage. He took Ruyi from behind his ear and began smashing everything in Heaven.

Vua Khỉ nói lảm nhảm liên hồi và cười như điên dại trong cái nồi nóng hừng hực. Sau 49 ngày, Ngọc Hoàng mở nắp cái nồi khổng lồ, yên trí Vua Khỉ chỉ còn là nắm tro tàn. Nhưng lạ thay Vua Khỉ vẫn còn đó, miệng nói lảm nhảm, vì nhờ đào tiên, linh tửu và bánh thần. Chỉ có cặp mắt là đỏ ngầu và nhức buốt vì sặc khói khiến nó tức giận nhảy lung tung. Nó lôi cây gậy Ruyi giấu sau lỗ tai và bắt đầu đập phá cung đình.

The gods and goddesses fled in panic as Monkey shattered many beautiful temples and pagodas. The Jade Emperor was now very worried that the awful monkey couldn't be stopped. He sent an urgent message to the great Buddha, who came at once. Buddha smiled at Monkey King, "How can such a tiny earthly monkey cause so much mischief here in Heaven?" Monkey puffed out his chest and announced, "I'm Monkey King, the Heavenly Sage. I've beaten Jade Emperor. Now I will rule his palace."

Buddha's face was serene. "But here you have caused only confusion. It's true you have some great powers, but you're never satisfied with what you have. Do you really think you're wise enough to rule Heaven?" Then Buddha extended his hand. "If you can fly out of my right hand, the palace is yours. But if you can't, you'll be punished. Are we agreed?" Monkey King looked at Buddha's right hand – it was only about the size of a lotus leaf – so he shouted, "Agreed!"

Các vị thần nam, thần nữ, kinh hãi ùa chạy khi thấy Vua Khỉ tàn phá bao nhiêu đền chùa đẹp đẽ. Ngọc Hoàng lo ngại là không có cách nào ngăn chặn được Vua Khỉ. Cho nên Ngọc Hoàng liền điện khẩn cấp, thỉnh Đức Phật Tổ đến và Đức Phật đến ngay. Phật Tổ nhìn Vua Khỉ mỉm cười và nói: "Làm sao một con khỉ nhỏ bé dưới trần thế lại có thể gây nên cảnh hoang tàn trên thiên đình như thế này?" Vua Khỉ ưỡn ngực ra đáp: "Ta là Hầu Vương, một bậc thức giả thiên triều. Ta đã đánh bại Ngọc Hoàng. Giờ đây ta sẽ trị vì cung điện của Ngọc Hoàng".

Đức Phật điềm tĩnh phán: "Nhưng ngươi chỉ gây nên sự rối loạn mà thôi. Ngươi có chút quyền phép thật, nhưng ngươi không bao giờ hài lòng với những gì ngươi đã có. Ngươi tự nghĩ xem, ngươi có đủ khôn ngoan để cai trị thiên đình hay chăng?" Rồi Đức Phật đưa bàn tay ra và nói: "Nếu ngươi có thể bay khỏi bàn tay phải của ta thì cung điện này sẽ thuộc về ngươi. Ngược lại, ngươi không làm được thì ngươi sẽ bị phạt. Ngươi đồng ý không?" Hầu Vương quan sát bàn tay của Đức Phật, thấy bàn tay chỉ bằng cái lá sen, nên nó la lên: "Đồng ý!"

Monkey King stepped onto Buddha's hand, then he soared up into the clouds. In a flash, he was eighty thousand miles away. He saw five rose-bronze marble pillars rising in the green mist. "Aha!" he thought to himself, "This must be the fence at the sky's end. I'll just leave my mark, then I'll go back to claim my prize." Using a brush made from his own hairs, he wrote on the middle pillar: *Monkey King was here!* Then, to be sure, he peed at the base of the pillar.

Monkey flew back to the Heavenly Palace. "I'm back from the end of the sky," he said. "Now give me the palace!" Buddha smiled, "Can you prove it?"

"Of course! I wrote my name at the end of the sky. Go see for yourself." Buddha held out his right hand. "Is this your handwriting?" Sure enough, on Buddha's middle finger were the characters Monkey had written. And there too was the smell of a monkey!

Vua Khỉ leo lên bàn tay Đức Phật rồi từ bàn tay, lao vụt lên mây. Trong nháy mắt, Vua Khỉ đã xa cách Đức Phật tám chục ngàn dặm. Nó trông thấy năm cây cột cẩm thạch màu hồng đứng sừng sững giữa vùng khói sương xanh biếc. Vua Khỉ nghĩ: "A! Đây chắc hẳn là hàng rào chân trời. Ta sẽ để lại một dấu tích ở đây rồi quay về lãnh thưởng". Hầu Vương dùng cây cọ kết bằng chính lông của mình, viết lên cây cột giữa: "Vua Khỉ đã có mặt tại đây". Rồi để chắc ăn hơn, Vua Khỉ tiểu tiện luôn vào chân cột.

Hầu Vương bay trở lại cung đình và nói: "Ta từ cuối chân trời trở lại, Phật Tổ hãy giao cho ta cung điện của Ngọc Hoàng". Đức Phật cười: "Người hãy chứng minh cho ta tin".

Vua Khỉ đáp: "Tất nhiên là ta chứng minh được. Ta đã viết tên ta ở cuối trời. Phật Tổ hãy đến mà coi". Đức Phật chìa bàn tay phải và hỏi: "Có phải chữ viết tay của người đây không?" Rõ ràng, trên ngón giữa của bàn tay Đức Phật, hiện ra những chữ mà Vua Khỉ vừa viết. Thậm chí mùi hôi của khỉ vẫn còn phảng phất.

Monkey King tried to run away, but Buddha held him with his right hand. Monkey cried out, "Gentle-hearted Buddha, let me go! I'll be good, I'll change!" Buddha's voice rang like a golden bell, "You used your powers to bring chaos. You were given chances to be good, but you chose to remain wild. Now you must learn or be lost forever."

Buddha pushed Monkey King out of the gates of Heaven. A reflection of Buddha's hand became a five-peaked mountain that pinned Monkey King to the Earth. "You shall stay there for five hundred years," echoed Buddha's voice.

"Five hundred years!" cried Monkey King. "How will I live?"

"Wet your lips with dew. Eat fruits that drop within your reach. I have put a sign at the top of the mountain that tells your story. One day, someone will take the sign down and you will be free again." Monkey King groaned from his cramped space, "Who will ever do that for me?"

"It is a person who is not yet born," said Buddha, his voice fading into the mists of time.

Vua Khỉ cố bỏ chạy, nhưng tay phải Đức Phật chộp nó lại. Vua Khỉ kêu: "Lạy Đức Phật từ tâm! Xin buông con ra! Từ nay con sẽ ngoan ngoãn. Con sẽ thay đổi!" Giọng Đức Phật vang lên như tiếng chuông vàng: "Người dùng quyền lực của người để gây hỗn loạn. Người đã có cơ hội để trở nên người tốt nhưng người tự chọn cho mình con đường hoang tàng. Giờ đây, một là người phải học hỏi, hai là bị tiêu diệt vĩnh viễn."

Đức Phật đẩy Vua Khỉ ra khỏi cổng thiên đình. Năm ngón tay của ngài phản chiếu xuống thành năm ngọn núi, đầy Vua Khỉ xuống trần gian. "Người sẽ ở đó năm trăm năm". Giọng Đức Phật nghe vang dội.

Vua Khỉ khóc lóc: "Năm trăm năm! Con sống bằng cách nào?"

Đức Phật dạy: "Lấy sương mà thấm môi. Nhặt trái rụng mà ăn. Ta sẽ dựng một tấm bảng trên đỉnh núi ghi lại chuyện của người. Sẽ có ngày có người hạ tấm bảng ấy xuống và ngày ấy người sẽ được tự do". Tiếng Vua Khỉ rên rỉ trong không gian: "Ai sẽ làm việc đó cho con?"

Đức Phật trả lời: "Người đó chưa ra đời," giọng của Ngài vang vọng và tan dần.